Painful Encounters

Shelley Mae S. Carreon

Ukiyoto Publishing

All global publishing rights are held by
Ukiyoto Publishing
Published in 2021

Content Copyright © **Shelley Mae S. Carreon**
ISBN 9789367957059

All rights reserved.
No part of this publication may be reproduced, transmitted, or stored in a retrieval system, in any form by any means, electronic, mechanical, photocopying, recording or otherwise, without the prior permission of the publisher.

The moral rights of the author have been asserted.

This book is sold subject to the condition that it shall not by way of trade or otherwise, be lent, resold, hired out or otherwise circulated, without the publisher's prior consent, in any form of binding or cover other than that in which it is published.

First and foremost, I want to thank God for giving me strength and hope to not give up on my dream. I want to also thank my family and friends for the support and encouragement they have given me.
And lastly, I want to thank you Ukiyoto Publishing for giving an aspiring writer like me an opportunity to be one of the Published Author.

CONTENTS

My lady	1
Tula para sa itinadhana?	6
Mundo	11
Ka-ibigan	17
Siargao	22
Sana	28
Tanda ko pa	33
Rebound	38
Third wheel	44
Kapatid	49

My lady

Tanda ko parin, tandang-tanda ko pa! yung mga nakaraang kasama ka. Bawat mulat ng mata, bawat pag-gising sa umaga, ikaw ang nakikita. Inikot ko ang aking mga mata, habang nakahiga parin sa kama. Tumutulo ang luha kapag naiisip ka, at sa apat na sulok nga ng kwartong ito, ang ngiti mo ang gusto kong nakikita. Na sa pagmulat ng mata at pagtilaok ng manok sa umaga, ang mga matatamis mong yakap at halik ang gusto kong bumubungad sa akin, na siyang nagpapabangon at nagpapasigla ng araw ko sinta. Gusto kita ulit makita, nais ka ulit makasama.

"Good morning, babe" masigla at nakangiting bungad mo sa akin, habang ang buhok mo ay magulo parin. Pero nakakatuwang tignan ang iyong natural na anyo, walang arte at natural ang ganda mo.

"Good morning rin babe" bati ko naman sayo, atsaka ka naglakad papunta sa akin, habang papungas-pungas pa ang iyong mga mata. Napangiti na lang ako sa angking mong ganda, kaya naman ay niyakap kita ng mahigpit na mahigpit, yung tipong ayaw kong kumalas. Maging sa pagluluto ng umagahan naka-back hug ako sayo. Natatawa ka habang nagluluto kasi nakikiliti ka sa buga ng hininga ko kapag nadapo sa leeg mo. Nagtatawanan tayo, hanggang sa bigla kang naglaho, naalala ko wala ka na nga pala sa piling ko.

Napaupo na lang ako ng matamlay sa sahig, pakiramdam ko, hindi ko na ulit kayang bumangon kapag wala ka sa tabi ko. Yung mga tawanan na nabuo sa loob ng apartment na ito, lahat ng iyon ay dahil sa ikaw ang kasama ko. Lumipas ang ilang araw na paulit-ulit kang hinahanap ng puso ko. Lagi na lang akong nangungulila sayo.

Nagpaikot-ikot ako sa loob ng bahay. Hinihintay ang gabi para makatulog tapos babangon sa umaga ng walang ibang ginawa kundi isipin at alalahanin ka. Ang bawat ikaw ay sariwa parin sa aking mga alaala, sa kahit saang parte ng apartment na ito, nandoon ka. Bumaba ako para kumuha ng alak na naging karamay ko para makalimutan ka. Napansin kong bukas ang fridge at may narinig akong kaluskos tapos nakita kita. Nakahalf sit ka sa nakabukas na fridge at nakuha ng pagkain.

"Sorry babe, nagutom ako" nahihiyang sabi mo sa akin na parang pusang nangaamo at napangiti na lang ako. Pumantay ako sayo at nginitian kita, pagkatapos ay humalik ako sa noo mo.

"Nagutom or nireready mo yan para sa binge-watching mo mamaya?" pabiro kong sabi sa sa iyo bago tumayo at hayaan kang gawin ang gusto mo.

"Ngayon lang naman babe" sabi mo sa akin habang nagpapacute at kunyaring nagmamaktol dahil sa malakas mong ibinagsak sa lamesa ang kutsara mo.

"Kapag ikaw naglalaro hindi kita iniistorbo ah" pahabol mo pang sabi, at this time naka pout ka, kinilig ako sa cuteness mo kaya natalo ako, natuwa ako sa itsura mo kaya kinurot ko ang pisngi mo at humalik ulit sa noo mo.

"Okay babe, just make sure that you won't stay too long" sinabi ko sayo at pagkatapos ay umupo ako sa sofa at nagsimulang maglaro na lamang rin.

"Yes babe, bukas na bukas sayong sayo lang ako" nakangiting sagot mo sa akin, bago ka umakyat sa kwarto at iniwan akong hindi man lang nililingon. Madaling araw na at alam kong nasa kwarto ka pa at busy sa panonood ng kdrama, kaya naman hinayaan na lang muna kita atsaka umidlip na lamang sa sofa.

Nagising ako at napansing may luha sa mga mata ko. Nandito ako sa sofa kung saan huli kitang nakita kagabi. Maulan at ang lamig, hindi ko gustong tumayo at wala akong balak piliting tumayo. Kahit ginaw na ginaw na ako, ay hindi ko ito ininda, sapagkat mas malamig ang puso ko ngayon kasi hindi ikaw ang kayakap sinta. Dati-rati, tanda ko pa na pinipilit nating magkasya sa sofang ito para lang magkayakap tayo, ngunit ngayon magisa na lang ako. Sa lakas ng kulog at kidlat ay bumalik na lamang ako sa tulog, nagbabakasakaling makita ka sa panaginip ko.

"Babe, rise and shine! Hoy mahal gising na! Mahuhuli na tayo sa flight niyan" gabi palang excited ka ng umalis, minulat ko ang mga mata ko at nakita kitang nakaempake na at nakabihis. Kahit tatlong oras pa ang pwede mong gugulin sa paghahanda, mukhang hindi na kailangan ng tulong ko para magimpake kasi tapos na.

"Babe, good morning, ang ganda ah!" papungaspungas pa ang mga mata ko nun, ngunit ng makita ko ang putting sleeveless dress na suot mo ay pinuri kita, dahil deserve mong araw-araw na maappreciate. Humalik muna ako sa noo mo bago gumayak sa pagligo.

Biglang umulan that time tapos ayaw mo paawat na huwag muna tayong tumuloy ngayon sa biyahe at iresched na lang ang flight. Pero mapilit ka that time, nagmamakaawa ka pa noon na konti na lang ay lumuhod ka. At dahil ayaw ko madisappoint ka at malungkot, kaya kahit medyo delikado tumuloy tayo. At sa awa ng Diyos ay nakarating tayo ng ligtas sa airport.

Nakababa na tayo ng car ngunit bigla kong naalala na may nalimutan akong importante kaya kahit sinabi mong huwag ng balikan dahil malapit na ang flight natin, nagpumilit ako at sinabing susunod na lang ako kapag nauna kang nakaalis, at nauna ka ngang umalis.

Nagising ulit ako sa lakas ng kulog. Umiiyak na ako ngayon na kanina ay luha lang. Nandito pa rin yung sing sing Sophia, yung pinili kong importante kaysa sayo. Nakatago pa rin siya sa box kung saan nakaipon lahat ng alaala ng kahapon. Yung mga litratong dapat ko ng ibaon ngunit ang hirap gawin. Mahal na mahal kita at ang sakit sakit kasi hindi ko kaya ng wala ka. Ang komportable ko kapag kasama ka, walang hassle at mabigat na problema kapag andiyan ka. Ang hirap bumangon kasi anlayo mo na. Yung layong hirap abutin. Yung layong hindi ko kayang ratingin.

Kung sana lang pinili kong manatili, sana kasama parin kita. Hindi man sa lupa at least sa langit kapiling parin kita. Wala akong ibang sinisisi kasi alam kong kasalanan ko, kasalanan kong wala ka na. Mahal ko isama mo na ako, hindi ko na kaya ang lungkot at pangungulila sayo.

Tula para sa itinadhana?

Kagagaling ko lang sa school at ang init-init dahil hindi ako nakapagdala ng payong. Alas-kwatro ng hapon at tirik pa ang araw, binabaybay ko ang kalsada papuntang bahay. Pagkauwi ko naman ay naglinis na agad ako, dalawa lang kaming magkapatid at parehas kaming babae. Sila mama at papa naman ay nasa trabaho pa, kung kaya't ako ang inaasahan na mag-asikaso ng bahay.

Nagwawalis ako ng biglang may nag doorbell, dahil sa ikinataka ko kung sino iyon ay dali-dali akong lumabas at nakita si Mara na nadugo ang ilong. Sa kaba ko at pagaalala ay agad akong kumuha ng tuwalya at pinunasan iyon.

"Maari na po ba akong umalis?" tanong niya sa akin na ikinagulat ko, hindi ko kasi siya napansin dahil tutok ako kay Mara.

"Opo, maraming salamat sa paghahatid sa kapatid ko" tugon ko sa kaniya at ngumiti lang naman siya bago lumuhod para pantayan si Mara.

"Alis na ako ha, always listen to your sister" mahinahon niyang sabi kay Mara na ikinatango naman ng isa, pagkatapos ay tumingin siya sa akin at ngumiti ulit, bago tuluyang lumabas na ng gate.

Pumasok naman na si Mara sa loob at ako naman ay nakatingin parin sa likod niya habang naglalakad siya palayo. Iniisip ko kung may nakalimutan ba akong itanong o sabihin, pero hindi ko maalala, hanggang sa hinila na nga ni Mara ang kamay ko papasok sa loob.

2010 pa ng March yung alaala na iyon na una ko siyang nakita. Ang matangos niyang ilong ang pumukaw sa aking atensiyon. Ang mapungay niyang mga mata na kay sarap titigan. At ang kaniyang mapupulang labi na mukhang malambot.

Ngayon April na, at iniisip ko parin siya. Nung gabi ring iyon, tsaka ko lang naisip na hindi ko pala natanong ang pangalan niya. Kaya naman, nung gabing iyon rin ay dali-dali kong tinanong iyon kay Mara, pero hindi niya rin alam kasi hindi nito sinabi sa kaniya ang pangalan niya.

Aaminin ko nalungkot ako nun, pero hinayaan ko na lang. Kaso nung gabing nakapikit ako at naghahanda na sa pagtulog ay biglang nagpakita siya sa isip ko, bago pa man ako tuluyang makatulog. Kinikilig ako sa bawat alaala ng ngiti niya. Halos maliligo na lang ako ay naiisip ko parin siya.

Kaya naman, isang araw ay napagdesisyunan ko na magabang sa labas ng gate ng school ni Mara, kung saan niya nakita si Mr. Right ko. Nagsabi pa ako kay nila mama at papa na susunduin ko si Mara para hindi maulit yung nangyari na nadapa siya dahil hindi niya napansin ang bato. Pero ang totoo, hinihintay ko lang talaga si Mr. Right na magpkita, nagbabakasakaling malapit lang siyang nakatira rito.

Ngunit isang buwan pa nga ang lumipas at hindi parin siya maalis sa isipan ko. Bigo akong matagpuan siya at makita, pero hindi ako sumuko. Umulan man o umaraw ay lagi akong naghihintay sa kaniya.

Gumawa pa ako ng tula para sa kaniya, pinamagatan ko pa itong Tula para sa Itinadhana. Kinikilig ako sa bawat salitang sinusulat ko. Bawat letra at salita ay tuwa sa puso ko. Hindi pa kami pero pakiramdam ko, kapag narinig niya ito, liligawan niya na ako. Tumatalon-talon pa ako sa kama sa

bawat linyang sinusulat ko. Maharot man pakinggan, pero gusto ko ng umoo kapag niligawan niya ako.

Lumipas pa ang ilang araw, linggo, hanggang sa naging dalawang buwan. Oo, gusto ko parin siya, nakakatawa na nahulog ako sa unang tingin lang. Siguro nga nabulag ako sa kaniyang mukha na kahit hindi ko pa siya lubos na kilala ay ginusto ko agad siya. Nandito parin ako sa lugar kung saan sila unang nagkita ni Mara.

Sabado ngayon at naghihintay ako sa labas ng gate ng school nila Mara. Hindi si Mara ang hinihintay ko, kundi siya. Huminga ako ng malalim dahil tatlumpung minute na akong naghihintay, kaya palakad na sana ako pauwi ng nahagip ng mata ko ang pamilyar mong anino. Gwapo ka parin sa paningin ko, ang suot mong black polo at short ay dumagdag sa appeal mo.

Bumaba ka ng tricycle, at dahil sa tuwa ay lumundag ako, lalapitan ko na dapat siya ngunit nakita ko siya na may kasamang iba. Iba ang kaniyang ngiti ng tulungan niyang bumaba ng tricycle ang isang babaeng mahaba ang buhok, maganda at balingkinitan. Halata sa mukha niya na masayang-masaya siya. Gusto ko siyang lapitan at tanungin kung sino ang kasama niya at kahawak, pero naisip ko, sino nga ba ako? Isang tagahanga lang na hindi niya pa kilala.

Alam kong masasaktan ako kapag sumunod pa ako sa kanila, pero hindi ko alam kung bakit hindi napigilan ng paa ko ang magawa. Sinundan ko parin sila ng patago, kahit umuulan ay gumora ako.

Tumigil sila sa tapat ng isang bahay, hindi kalayuan sa paaralan nila Mara. Para hindi nila ako makita ay nagtago ako sa likod ng pader na malapit lang sa kanila. Limang Segundo ay huminga muna ako ng malalim bago ulit sumilip para makita sila.

At ang mga sumunod na nangyari ay ang dumurog sa puso ko. Napatulala ako at napasabi na lang sa hangin ng "Langhiyang tadhana, ako ay umibig sa taong may ibang iniibig na". Hinalikan niya sa ilalim ng ulan ang babae at ngumiti ng pagkatamis-tamis, habang ako? Ito, luhaan sa ulan at naghihinagpis.

Ang sakit, oo masakit dahil napamahal na ata ako sa kaniya na kahit alam kong wala namang kasiguraduhan na mamahalin niya ako pabalik. Mapagbiro talaga ang tadhana, siya lang kasi ang unang lalaking pinili kong gustuhin, pero siya rin pala ang unang dahilan kung bakit ang puso ko ay sugatan.

Umuwi akong umiiyak sa ilalim ng ulan, walang ibang nakakita ng patak ng luha kaya ayos lang. Nakarating ako ng bahay at nakita ang tulang ginawa, pinalitan ko ang titulo at ginawang "Tula ng Itinadhana?".

Tula Para sa Itinadhana

Sa isang buwan na huli kitang nakita

Iniisip kita ng sobra

Mula sa iyong mata hanggang sa paa
Lahat ng ikaw ay gusto kong maangkin sinta
Ako ay papasukin sa iyong buhay at mamahalin kita
hanggang kamatayan
Iaalay ko lahat sa iyo
Basta sayong sayo na ako
Magpakita ka na mahal ko
Tatawagin kita ng bebe ko, at tatakbo palapit sayo
Nawa'y saluhin mo ako mahal ko
Sa akin ay hindi ka mabibigo
Mamahalin kita ng kung ano ka
Lahat sayo ay gugustuhin ko sinta
Magpakita ka na
Miss na miss na kita

Mundo

Uumpisahan ko sa araw kung saan una ko siyang nasilayan. Naglalakad ako galing trabaho at hindi ko dinala ang payong, likas naman sa mga lalaki ang tamarin magdala ng payong. At dahil tirik na tirik ang araw nung mga panahon na iyon, ay napagpasiyahan ko munang magpahinga sa malapit na waiting shed. Umupo muna ako panandali at huminga ng malalim habang pinupunasan ang aking mga pawis.

Pero talagang mapaglaro ang tadhana, dahil sa hindi inaasahang pagkakataon ay nakita ko ang isang magandang binibini na nakatayo sa tapat ko. Napangiti na lang ako ng lingonin niya ako, at oo, aaminin ko, unang tingin palang ay nahulog agad ako. Ang kaniyang itim at mahabang buhok ay mahalimuyak. Ang kaniyang mga ngiti ay nakakaakit. Ang suot niyang kulay rosas na dress ay nagpadagdag sa ganda niya. Nasa isip ko lang ngayon habang nakatitig sa kaniya ay "Ang buong siya ay gusto kong maangkin". Makasarili man pero gusto ko na siyang maging akin.

At dahil alam kong hindi na mauulit ang mga ganitong pangyayari na katulad sa mga palabas, ay huminga ako ng malalim at naglakas ng loob. Bago tumayo ay nagpabango muna ako, pagkatapos ay dali-dali akong lumapit at tumayo sa gilid niya.

"Hi, saan ang daan papuntang—puso mo?" Pabiro kong sabi na alam kong ikinabigla niya.

"Ha? Alam mo palabiro ka. Hindi pa nga tayo magkakilala ganiyan na agad tanong mo" Natatawa niyang sabi. At ako? Bumilis lalo ang tibok ng puso ko.

"Ako si Mico Soledad" Pagpapakilala ko habang kinikilig parin sa mala-anghel niyang ngiti. Pinunasan ko muna ang palad ko bago ko ito inilahad sa kaniya. Nginitian niya lang naman ako atsaka nag-iwas ng tingin.

Natameme ako sa inasal niya, parang papansin ako sa mata niya at medyo napahiya ako doon. Kaya ibinaba ko na lang ang kamay ko at nagpanggap na walang nangyari.

"Ako si Gaia Montes" pagkasabi niyang iyon ay agad na siyang sumakay sa jeep na pinara niya. Natulala ako bago pa pumasok sa isip ko yung sinabi niya. Pero nalungkot ako ng hindi man lang kami nagkausap ng mahaba, at tanging pangalan niya lang ang sinabi niya. At hindi ko manlang natanong kung anong numero niya.

Napaupo na lang ako ulit dahil sa panghihinayang. Nagpapalipas ng oras bago magsimulang maglakad ulit. Mahal ang pamasahe ko at ayaw kong gumastos ng treinta pesos para lang ipamasahe pauwi. Nagaaral pa ako at iniipon ko iyong pambayad ng tuition sa school. At sa pagmumuni-muni ay biglang tumunog ang cellphone ko.

"Mico saan ka na? Isabay na kita pauwi" Pagaalok ni Tristan na kababata ko, meron siyang motor kaya minsan ay sinasabay niya ako dahil magkalapit lang rin naman ang bahay namin.

"Sa may waiting shed tol, hintayin kita rito. Ingat ka" Pagkatapos ay binababa na namin pareho ang tawag.

Tumayo na ako ng pumarada si Tristan sa tapat ng waiting shed, pero napatigil ako ng may maapakan akong matigas na hindi hugis bato, kaya naman ay sinilip ko iyon. Laking tuwa ko naman ng makitang ID ito ni Gaia. Dali-dali ko itong pinulot at ngiting-ngiting sumakay ng motor ni Tristan.

Ilang linggo pa ang lumipas nung huling araw kaming nagkita sa waiting shed. Kinuha ko ang kaniyang numero mula sa ID niya, at dahil doon ay lagi ko na siyang kinukulit. Mula umaga hanggang gabi ay lagi akong nagtetext sa kaniya, na maging sa trabaho ay nakakalimutan ko na. May pagkakataon pa na kung saan siya pupunta tuwing sabado at linggo ay lagi akong nakabuntot sa kaniya, kaya isang beses ay nagtanong siya sa akin.

"Matanong ko lang Mico, ano ba tayo? Mahinahon na tanong niya na siyang nakapagpatigil sa akin, napaisip ako at hindi ko alam kung ano ang sasabihin, dahil pati ako ay lito at gulong-gulo na din.

"Hindi ko alam" yun lang ang tanging nasabi ko, kaya't bigla kang tumalikod at naglakad papalayo. Unti-unting bumibilis ang iyong lakad kaya bago mahuli ang lahat ay naglakas ako ng loob na sabihing.

"Gaia! Mahal kita!" Tumigil siya sa paglalakad at napansin kong napa-buntong hininga siya, pero hindi niya na ako nilingon at dumiretso muling maglakad. Hindi ako nakaramdam ng hiya, bagkus takot. Takot na baka hindi na ulit niya ako pansinin pa.

Pag tapos ng araw na iyon ay hindi na niya sinasagot ang bawat tawag at text ko, nalungkot ako kasi kahit sa mga social media ay hindi siya nag-update. Hindi ko alam paano siya pupuntahan o saan man lang. At hanggang sa naging isang buwan ang lumipas.

Isang araw naglakad-lakad ako sa lugar kung saan una kaming nagkita, nagbabakasakaling dumaan ulit siya, hanggang sa may biglang yumakap sa likod ko. Nagulat ako at nagalak, ang halimuyak na ito ay galing sa kanya. Sa babaeng mahal at minamahal ko.

"Patawad, patawad kung natagalan ako sinta." Hindi ako makapaniwala sa tinuran niya. Sinta? tinawag niya akong sinta. Humarap ako sa kanya at niyakap siya. Mas mahigpit kaysa sa ginawa niya.

"Hindi na bale kung gaano katagal ang paghihitay ko mahal, ang mahalaga ay hawak na kita". Humalik ako sa noo niya at mahigpit na mahigpit na yumakap sa kaniya. Sa araw na iyon ang unang araw namin nilang opisyal na magkasintahan.

Nagtagal kami ng (7) pitong taon at sa loob ng pitong taon ay walang nagbago. Mahal na mahal ko parin si Gaia. Lahat ay perpekto walang away at pagtatalo. Klarong-klaro ang mga pangarap at alam naming parehas na gusto namin ito maabot ng magkasama.

Mas lalo kaming tumatag dahil parehas naming pinapahalagahan ang mga bagay na meron kaming dalawa. Wala kaming pinagtatalunan dahil sinusuportahan namin ang hilig ng bawat isa. Napaka daling mahalin ni Gaia kaya mahirap siyang pakawalan.

Isa, dalawa, tatlo. Hawak ko na ang diploma at konting panahon na lang ay ganap na akong inhinyero. Sana nandito siya, masaksihan man lang ang pangarap kong matagal ng minimithi na siya ang kasama. Hawak ko din sana ang kamay niya habang parehas naming binabato ang togang matagal ng gustong makuha.

Masaya na malungkot kasi ambilis ko siyang nakuha at ambilis niya ring nawala. Kaya hindi ko maiwasang isipin na sana ako na lang ang nagkaroon ng sakit. Hindi na sana siya nahirapan pa. Paulit-ulit na paghingi ng patawad ang ginawa ko. Patawad dahil nung mga panahong inatake siya sa puso ay wala ako.

Hindi niya man lang masasaksihan ang pagtupad ng pangako ko sa kaniya, sa kanilang dalawa ng prinsesa namin. Paulit-ulit na pasasalamat, salamat at nakilala ko siya. Salamat dahil sa apat na taong paglaban para sa amin. Mahal na mahal ko si Gaia, siya ang Mundo ko na tulad ng pangalan niya.

Isa, dalawa, tatlo. Bawat pagpikit at pagdilat ng mata ko, nakikita ang imahe ng isang babaeng minamahal ko.

Isa, dalawa, tatlo. Bawat paghakbang papalapit sa iyo ay kirot ang natatamo. Bawat ngiti at halakhak ay parang musika sa pandinig ko. Ngunit sa isang iglap nabawi lahat, mga pangako ay naudlot at naglaho.

Gabayan mo na lang kami mahal ko, pangako ulit sayo, na mamahalin ko si Sky higit pa sa pagmamahal na binigay ko sayo. Huwag kang mag-alala, dahil isa hindi ka na mahihirapan pa. Dalawa, tanggap ko ng wala ka na. Tatlo, pwede ka ngmagpahinga.

Bulong ko sa kaniya bago tuluyang nilisan ang sementeryo kung saan nakahimlay ang Mundo ko.

Ka-ibigan

Let's all welcome the A Band

Sinabi ng host ng event kung saan ginaganap sa school campus. Rinig na rinig namin ang palakpakan at sigawan ng lahat ng crowd sa paglabas namin. Lahat sila ay sinisigaw ang bawat pangalan namin. At bilang vocalist ay pinakilala ko muna sila bago tumugtog ng kanta.
"Maraming salamat, sa lahat. Salamat sa mga kaklase ko na laging naka-suporta sa amin at pati narin sa ibang kapwa mag-aaral namin, mahal namin kayo" pagkatapos kong sabihin ang mga iyon ay ngumiti kami at nag-bow sa kanila. Natanaw ko si Monica na nakatayo sa malayo. Nakangiti siya habang isinisigaw ang pangalan ng banda namin. At mas lalo akong ginanahan at napangiti sa sinambit niya "Go Jiro!!".
Mula pa noong bata kami ay siya na ang kasama ko. Pitong taon pa lang kami nung una kaming nagkakilala dahil sa magkaibigan rin ang magulang namin. Isang beses nadapa ako kakatakbo at dahil sa pangyayaring iyon ay lagi niya na akong inaasar, kesyo lampa at iyakin daw ako. Tandang-tanda ko pa yung halakhak niya nung araw na iyon habang iyak ako ng iyak sa sakit.
Hanggang elementary ay lagi parin kaming magkasama. Mula umaga hanggang uwian hindi kami

naghihiwalay. Sa sobrang cheerful niya, madali siyang magkaroon ng kaibigan. Kahit mula siya mayamang pamilya, hindi siya maarte at maldita.

At pagkatungtong ng Grade 6 namin ay paminsan-minsan, inaasar kami na magkasintahan dahil sa lagi kaming magkasama. Mula umaga hanggang uwian ay hindi kami nakikihalubilo sa iba, pero mali pala ako, at dahil doon ay dumistansiya muna siya.

Aaminin ko na nalungkot ako, kasi hindi ako sanay na hindi kami nag-uusap. Tuwing magkakasalubong kami sa gate ng school ay kakaway lang kami sa isat-isa at ngingiti. Si Monica lang lagi kong karamay kaya isang araw ay hinila ko siya at kinompronta papunta sa garden ng school kung saan lagi kaming tumatambay.

"Nica, magusap nga tayo, saglit lang naman."

"Ano iyon Jiro?" mahinahon niyang tanong habang nakatingin sa sahig.

"Bakit mo ako iniiwasan?" Nakatingin lang ako sa kaniya at hinihintay siyang sumagot sa akin.

"Ha? Ako umiiwas hindi ah, baka ikaw?"

Nagulat ako sa sinabi niya, dahil medyo napalakas ang boses niya. Pero ngayon nakatingin narin siya sa aking mga mata, kaya napa=buntong hininga na lamang ako at mahinahon na nagtanong muli.

"Paanong ako? Nasa canteen tayo kanina tinabihan kita tapos bigla kang umusog"

"Medyo masikip kasi, hehe"

"Dahil ba ito sa sinabi nila?"

"Hindi!" Nagulat ulit ako sa sigaw niyang iyon.

"Eh ano?" Saad ko naman, na nagpababa ulit ng ulo niya.

"Naisip ko lang kasi, na baka may mga gusto kang gawin na kasama ang mga lalaki mong kaibigan, tapos hindi mo magawa da---"
Nabigla ako sa sinabi niya at natulala, pinapasok ko sa isip ko kung ano yung ibig sabihin niya at kung ano ang isasagot. Pero tama naman siya, may mga bagay na gusto kong gawin kasama sila Bryan at Nico, at matutunan makipaglaro ng ibat-ibang panglalaking laro.
Tinitigan ko si Monica habang nakayuko parin siya, ipinatong ko ang kamay ko sa ulo niya at ginulo ang buhok niya. Niyakap ko siya bago pa siya magsalitang muli.
"Hindi mo kailangan umiwas, naiintindihan ko. Babae ka at alam kong may gusto ka ring gawin na kasama ang mga babaeng kaibigan mo." Inangat niya ang ulo niya at saglit na tumitig sa mata ko, nginitian namin ang isa't-isa dahil klaro na sa amin parehas ang rason kung bakit umiwas siya.
Naging okay naman kami pagkatapos nun, tuwing uwian at pagpasok kami ang magkasama, pero kapag recess at lunch mga kaibigan ko na kasama ko at kaibigan niya na rin niya ang kasama niya, tapos after the day ends pag-uusapan namin ang nangyayari sa araw na hindi kami magkasama.
Hanggang sa naging high school na kami, ay parehas parin kami ng pinapasukan na school. One time, sumali kami ng Graduation Ball dahil first time namin. Hindi kami nagusap ng kung ano ang susuotin namin pareho, dahil sabi namin surprise namin ang isa't-isa.

Sumapit na ang araw ng Graduation Ball at susunduin ko na siya sa bahay nila. Habang pababa siya ng hagdan nila, natulala ako. Akala ko sa mga teleserye lang nangyayari mga ganito, pero hindi ko akalain na pati ako mararanasan ko siya. At oo ang ganda niya sa red long gown at kitang kita ko yung kurba ng katawan niya.

"Uyy Jiro!! Pangit ba?" tanong niya sa akin at syempre ako tulala pa rin. Umikot pa siya para mas kita ko talaga kung bagay ba sa kaniya yung suot niya.

"Nope, ang ganda mo tonight. Legit" tumawa siya at binawian ako ng mga salitang, tagal ko ng gustong marinig.

"Ikaw rin kaya, ang gwapo mo ngayon. Matchy matchy tayo" saad mo atsaka ko lang napansin na oo nga, kahit hindi ito planado, parehas tayo ng kulay ng suot. Napakamot na lang ako sa batok at ngumiti.

We had a blast that night. Masaya lang tayo nung mga panahon na iyon. Unang beses tayong sumali sa ganun dahil sabi natin noon na ang corny ng ganoong event. Mababagot lang tapos kailangan pa mag-ayos ng mag-ayos para sa isang gabi. Habang pauwi ay pinaguusapan natin kung gaano natin kinain yung mga salitang binitawan natin noon.

At yun nga nag College na, wala paring nagbago. Pero iba na ang pangarap na tinatahak natin pareho. Ako magpipiloto tapos ikaw naman ay planong maging guro. Isa kang miyembro ng SSC

at ako ay sumali sa music club at nagsimulang magbanda para sa school events, kaya medyo hindi na nagkakasalubong ang sched ng bawat isa, pero ganunpaman ay hindi tayo nakakalimot. Maguusap sa telepono kapag pwede parehas o kaya pupunta sa bahay ng isa para magkulitan.

Habang inaalala ang nakaraan ay nakatitig lang ako sa kaniya. Buong kanta ay inaalay lamang sa kaniya. Pero masakit ang mga sumunod na nangyari, tumakbo siya, tapos niyakap niya si Ian. Yung ngiti niya ay kakaiba, alam ko kasi noon pa lang ay minamasdan ko na siya. Yung ngiti niyang iyon, na kay Ian niya lang pinapakita.

Yung titig na nakakatunaw na si Ian lang ang pwedeng makakita. Yung saya na hindi niya sa akin madama. Yung sigla niyang pati ikaw ay mahahawa, kasi nahanap niya na ang lalaking babago sa kaniya. Tatlong taon na sila, pero ako ito, naghihintay parin kay Monica. Naghihintay sa taong iba ang gusto. Kaya ang awiting inaalay ko sa kaniya ay pinamagatang Kahit Kunwari ni TJ Monterde.

Siargao

"Mira tara na, mahuhuli na tayo" saad ni Trixie dahil atat na atat na siyang umalis.

"Oo ito na, G na G yarn?" pabirong sabi ko sa kanya at tumawa na lang siya.

Papunta kaming Siargao para magliwaliw at magpahinga sa sobrang pagod sa trabaho at sa kapalaran ay napayagan kaming magkaroon ng bakasyon ng isang linggo.

Halos tatlong oras din ang lumipas bago tuluyang makarating ng Siargao galing Manila. Kinuha na namin ang bagahe sa compartment ng airplane, kaso hindi ko siya makuha dahil hindi ako as in katangkaran kaya si Trixie ang pinapakuha ko, kaya lang ang kumag, ayun, nauna ng bumaba

"Miss, ito oh" nagulat ako kay kuyang nasa likod ko kasi nga nakatingin ako sa labas, minamasdan yung kumag kong friend na madaling- madali na kakahintay sa akin

"Ay, salamat po, mataas kasi hindi ko maabot, hehe" kinuha niya pala yung akin, siguro napansin niyang nahihirapan ako sa pagabot

"Walang anuman, sinabay ko na magkatabi lang din naman sa bagahe ko" ngumiti siya tapos umalis na, natulala ako kasi ang gwapo niya!! putik, tadhana ba ito?

At mga ilang segundo din ay bumalik na ako sa ulirat dahil may kurimaw na sumigaw, at oo, si Trixie, ayun nadapa sa kakatakbo ang kumag. Bumaba na din ako para tulungan siya. Tapos may tumatakbo sa likuran ko at nauna pa siyang tumulong kay Trixie.

"Ayos ka lang ba?" tanong niya na may tono ng pag-aalala

"Ay pogi!!, Hahaha okay lang ako. May nakita kasi akong isda, nalulunod."

"Asan?"

"Hahahaha lutang ka ba? O sinakyan mo lang biro ko?" Parehas silang nagtawanan dahil doon, at mas lalo siyang pumogi. Oo siya yung lalaki kanina na kumuha ng bagahe ko

"Ano na? Excited kasi masyado eh noh? pabalang na tanong ko sa kaniya

"Bibo ako e hahaha", sorry na first time ko sa Siargao sis" pasalamat talaga ito at cute siya kapag nakapout. Parang lahat ng ganda nasa kanya na. Maganda, sexy, matalino, maalaga, mabait, may sense of humor. Halos lahat ng lalaki na nasa office gusto siya. Kaya hindi na ako magtataka kung may maging jowa ito dito.

"Oh siya tara na at magpahinga muna sa hotel"

"Salamat pogi!, See you around" tumayo na siya pero medyo nahihirapan siya, natamaan siguro yung ankle niya kaya hirap igalaw. At dahil bilang tropa inalalayan ko siya dahil magaan lang naman siya.

"Ay, bakit may pagbuhat pogi?!" literal na nagulat din ako kasi hindi ko akalain na gagawin niya iyon, apakabuting tao talaga ng jojowain ko

"Pinatawa mo ako kanina, payback lang"
"Bakit? Pasan moba mundo,
para lumimot na tumawa?"
"Hahaha, hindi, pumunta kasi ako dito
para gumaan pakiramdam ko"
"So may problema ka pala"
Ngumiti lang siya at nagpatuloy sa paglalakad hanggang makarating kami sa hotel, sumama parin siya papuntang kwarto dahil mahihirapan daw akong kargahin siya paakyat. Sa second floor lang naman kami at dalawang bagahe lang naman dala namin. Isa sa akin at kay Trixie.

"Uy salamat ng marami" saad ko at medyo kinikilig pa ako pero pigil lang, sabihan pa ako ng malandi

"Walang anuman, ito pala number ko" ay bakit may pagbigay ng numero, enebe kya

"Sige sige, see you around na lang --" takte hindi ko pa pala alam pangalan niya

"I'm Jacob" gandang pangalan, bagay na bagay sapagkat siya ay gandang lalaki!

"Ako naman si Mira" pagkatapos ay ngumiti lang siya at nagiwan ng salitang panghahawakan ko "I Like your--" at naputol dahil may dumaan na kuyang may buhat na patong-patong na unan. Ansarap batukan, charr. Tapos ayun, huling kita ko sa kanya ay nakatalikod na siya tapos nung tinawag ko pangalan niya, nag-wave siya ng babye kaso nakatalikod parin. Sayang hindi ko narinig yung buong sasabihin niya.

Umakyat na ako para tignan ang kalagayan ni Trixie at dahil gutom na rin ako.

"Mira!! Ang ganda dito tanaw ang dagat!" saad niya sa at halatang tuwang-tuwa ang loka

"Kamusta na paa mo?" tanong ko

"So far okay na, hinilot ko kanina buti may dala akong oil" aba laging ganda

"Oh siya kumain ka na din dito para mamaya gora na sa lakwatsa"

"Yes Ma'am" may pagsaludo pa ang loka

Pagkatapos namin kumain ay naghanda na kami ng mga bibitbitin sa paggala mamaya. Syempre una namin nireany ay ang sunscreen lotion, isang set ng damit, tubig, mga biscuits, cellphone na nakaplastic, syempre iwas na mabasa noh. Nilagay namin iyon sa backpack namin na nakasilid lang sa bagahe kanina, para iwas daming dalahin.

"Arat na Mira, ready na ready na ako" aba nga naman kasexy ng babaeng ito. Naka bikini kasi siya na red pero naka-short lang muna. Samantalang ako nakat-shirt lang at tokong pa

"Sis my crop-top kang dala remember? Palit ka dun, apaka losyang mo dyan"

"Nakakahiya kasi, hindi naman ako kasexyhan gaya mo" saad ko sa kaniya, dahil nahihiya talaga ako

"Anong hindi, binababa mo lang sarili mo. Be confident" pinipilit niya pa akong magpalit at syempre hindi na ako nakapalag, sabihan ka ba namang iwan "Sige ka, hindi ka makakahanap ng wafu para sayo" edi syempre gumora ako, papaimpress pa ako kay Jacob. Sana nga lang makita namin siya later.

"Oh diba bagay mo, ang ganda ng best friend ko shems" natuwa naman ako, kapag kasi namumuri ito walang halong biro.

"Hahaha, same lang sayo sis" after kong magpalit ay lumabas na kami ng hotel at pumunta ng beach.

Habang naikot ang mata ko sa maraming hilaw na kano, aba yung isa todo kuha ng litrato niya. At dahil medyo nanawa na ako kakatingin ay naglatag muna ako ng lampin at payong para maupan at masilungan mamaya.

"Oii trixie, nandito din pala kayo?" rinig kong tawag ng lalaki kay Trixie, hindi ko na pinansin gusto ko muna tapusin itong librong binabasa ko, ilang page na lang din kasi ito.

Rinig na rinig ko ang tawanan nila habang nagbubulungan, napapaisip na lang ako ng sana all may nalapit. Pero dahil may pagka-itribidida ako nilingon ko na sila. At nakita ko ang mapapangasawa ko na si Jacob.

Nagalak ako kasi nakita ko siya, napaisip na naman ako kung ano kaya pinaguusapan nila. Baka ako! baka sinabi niya na kay Trixie na gusto niya ako kasi hindi niya nagawa kanina. Natutuwa ako sa kakaisip, kinikilig na naman ang tumbong ng ateng niyo.

Nilapitan ko sila at nagulat ako ng ang tinitignan nila sa cellphone ay mga lalaking naka-brief, literal na nanlaki ang mga mata ko, like seryoso ito?

"Oii ginagawa niyo sis?" naglakas loob akong magtanong kahit na obvious ang magiging sagot. Pero syempre inalis ko sa isipan ko muna iyon, baka iba topic tapos mali natimingan ko.

"Ah ito kasing si Jacob parang sira, apaka--" pinigilan ko muna sasabihin niya at humingang malalim bago ulit magtanong ng
"Eh ano ba pinagtatawanan niyo?"
"Ito nga kasi si Jacob, diba kanina tawag ako ng tawag ng Pogi eh Pogi din pala ang hanap" at ayun nagtawanan silang dalawa habang ako nagulantang at napaupo, like Lord sure na ba ito? akala ko pa naman siya na. Sayang yung lahi nito kapag nagkataon.
So ayun naalala ko yung dapat na sasabihin niya kanina kaya naglakas ako ng loob na itanong.
"Nga pala Jacob ano yung sasabihin mo sana kanina?"
"Ahy yun nga pala, I like your--" kinakabahan ako sa sasabihin niya pero kung gusto ako nito papatusin ko talaga ito.
"Eh? Iba na shade ng lipstick mo?, Yun pa naman gusto ko sana, para bibili din ako" At ayun tuluyang bumagsak ang panga ko kasabay ng balikat ko. Yun pala yun, hanep ka talaga tadhana. Literal na napaglaruan mo ako. Akala ko pa naman bet niya ako, parehas naman pala kami ng bet.

Sana

Umaga na naman, pero ang bigat ng aking pakiramdam. Yung tipong gigising ka tapos uulit na naman. Uulit na naman sa simula kung saan una kang nasilayan.

Tumayo na ako sa aking hinihigaan at hinawi ang kurtina para masinagan man lang ng araw. Bumaba na ako upang sana ay magluto, pero hindi ko maiangat ang mga braso ko, tinatamad akong gumalaw na kahit magligpit ng aking mga gamit ay hindi ko na magawa.

Nakakaumay, nakakaumay balik-balikan, yung pilit kong gustong kalimutan, pero sa pagmulat ng mata lagi kong naaalala, yung nakaraan na gusto ko ng ibaon sa lupa.

Matamlay akong naglakad papuntang sala, humiga sa sofa at binuksan ang telebisyon upang manood ng movie, pero mukha mo lang ang nakikita ko sa TV.

Nakakapagod, nakakapagod na gabi-gabi na lang hinahanap ko kung saan ako nagkulang. Gabi-gabi na lang mugto ang mata pero wala naman gustong pumawi ng luha.

Andito parin ako, andito sa sitwasyong hinahanap ang sarili ko, pero ikaw, masayang-masaya ka na. Pero matamis parin sa aking alaala, yung panahong nanliligaw ka pa, yung panahong ako pa at walang iba.

"Binibini, maaari ko bang malaman ang pangalan mo?" Sabi mo ng bigla kang umupo sa harapan ko, kumakain pa nga tayo ng burger sa Jollibee nung araw na iyon.
"Sino ka ba?" Inis na tanong ko sayo, pero nginitian mo lang ako.
"Ang ganda mo kasi, kaso lang masungit ka"
"Talaga, atsaka hindi ako kumakausap ng kung sino-sino lang" Pabalang kong sagot sayo, pero hindi ka natinag at kinausap mo parin ako.
"Ako pala si Lino, future boyfriend mo" Pagkatapos ay inilahad mo ang kamay mo, at ako naman ay nagulat at nanlaki ang mga mata sa sinabi mo.
"Utot mo, asa ka naman na papatusin kita" Masungit na turan ko parin sayo, kahit na bigla akong nakaramdam ng kiliti sa sinabi mo.
Patapos na tayong kumain at tumayo na agad ako, pero may sinabi ka ulit na ikinahiya kong marinig ng madla.
"Mag-ingat ka sa sinasabi mo binibini, baka bukas-makalawa hawak na kita" pagkatapos mong sabihin iyon ay iniwan kita at naglakad ng matulin palayo sayo.
Dalawang araw ang lumipas at nagkita muli tayo, umupo ka ulit sa harap ko at ngumiti ng matamis sa akin. Dahil sa inisip kita ng gabing huli tayong magkita, ay hindi kita tinarayan. Bagkus ay mahiyaing inalok kita ng french fries. Ngumiti ka sa akin at mula nung araw na iyon ay naging food buddy tayo. Tuwing uwian galing sa work ay tatawag tayo sa isa't-

isa para malaman kung pwede tayong kumain ng sabay.

Hatid at sundo mo pa ako sa bahay dahil sa malapit rin lang naman ang pinagtratrabahuan nating dalawa. Hindi ka pumapalya sa paghatid at sundo, minsan sinusurpresa mo pa ako. Isang araw nagdala ka ng bulaklak at cake, naalala ko kaarawan ko nga pala nung araw na iyon. Sobrang tuwa ang naramdaman ko kaya yumakap ako sayo na siyang ikinagulat mo.

Lumipas ang tatlong buwan bago mo ako tinanong kung pwede mo akong ligawan, at pumayag ako dahil nagugustuhan narin naman kita nung panahong iyon. Isang taon din ang lumipas, matiyaga ka parin na nanliligaw, kaya naman binigay ko na ang matamis kong oo sayo nung kaarawan mo.

"Gusto mong kumain ng isaw?"

"Oo"

"O sige, tara libre kita"

"Oo, sinasagot na kita" Nung una ay hindi mo pa medyo nakuha ang ipinapahiwatig ko pero maya-maya ay natigil ka sa paglalakad at niyakap ako, nagbitaw ka ng salitang hanggang ngayon ay pinanghahawakan ko

"Mahal na mahal kita Pia, ikaw ang magiging mundo ko at parating ikaw lang" Tumulo ang luha ko at yumakap ng mahigpit din sayo. Hinatid mo ako sa bahay at ang saya ko, ang saya ko dahil pumasok ka sa buhay ko at ikaw yung ayaw kong umalis ng biglaan lang dahil alam kong mahal mo ako at mahal rin kita.

Nagtagal tayo ng anim na taon, merong selosan, tampuhan, awayan, pero lahat naayos ng hindi kinakailangan matulog ng may samaan ng loob.

Minahal mo ako ng sobra-sobra at ganun din ako sayo, pero ang lahat ng iyon ay akala ko lang pala. Sa anim na taon ikaw lang ang lalaking hindi ko gustong sukuan at bitawan, pero ikaw, umalis ka na lang, tapos wala pang maayos na paalam.

Para kang isang bula na nagpasaya sa akin nung nakita kita, pero nagpaiyak sa akin nung bigla kang pumutok at naglaho na lang bigla. Sobrang sakit mahal, na sa anim na taon hindi ka nagsabi, hindi ka nagsabi na pagod ka na pala, na pinatagal mo pa tapos susuko ka rin pala. Pero mas masakit mahal kasi ako pagod na din pero nilaban kita, nilaban ko yung relasyon nating dalawa.

Nasa pinto parin ako at nakaupo, nasa pinto kung saan iniwan mo ako, kung saan sinabi mo sa aking sawa ka na, na pagod ka na. Nakakulong parin ako, hindi alam paano kumawala sa kadena ng alaala mo. Nasa dilim parin ako, hinahanap ang liwanag, liwanag na magsisilbing daan palayo sayo. Tanda ko pa, yung mga sinabi mo bago mo ako tuluyang bitawan sinta.

"Babe, hello, napatawag ka?" Tanong ko sayo dahil isang minuto na at tahimik ka parin.

"Nasaan ka? Puntahan kita," saad mo sa malalim na tono ng boses mo.

"Nasa apartment lang babe."

"Sige puntahan kita, huwag kang aalis diyan." Pagkatapos mong sabihin iyon ay

"Sorry Lana, ayoko na. Nakakasakal at nakakasawa na lagi na lang tayo magkasama. Sa sobrang clingy mo napagkakamalan nila akong under mo."

Nakatulala lang ako sayo nung araw na iyon habang tumutulo ang aking mga luha. Hindi ko alam ang aking mga sasabihin dahil sa sobrang sakit na pati ang aking puso ay naninikip.

"Ayoko na Lana, maghiwalay na lang tayo." Pagkatapos mo sabihin iyon ay iniwan mo ako, at wala akong nagawa kundi mapaupo sa sahig.

Sana pala una palang tumakbo na ako, baka sakaling hindi nadapa sa kakahabol sa pangako mo.

Sana hindi ko hinayaang malaman ang pangalan mo, hindi na sana ako hirap burahin ang markang ito sa puso ko.

Sana hindi kita sinabayan sa paglalakad, baka ngayon hindi ako yung nagiisang naglalakad.

Sana hindi ako yumakap, baka sana hindi ako ngayon ang nananabik.

Sana una palang hindi na pinatagal, kasi sobrang sakit.

Ang hirap bumangon at lumaban, lalo na't magisa mo na lang pinipilit tumayo muli.

Mahal, tanda ko pa, tandang-tanda ko pa ang mga katagang mahal kita at hindi kita iiwan, pero sumama ka na sa iba. Sumama ka sa taong panandalian mo lang nakilala, samantalang ako, nagdudusa parin, nagdudusa sa paulit-ulit na sistema ng buhay ko na hindi na ikaw ang kasama.

Tanda ko pa

Madaling araw at wala pa akong kain mula kagabi, hindi ko ramdam ang gutom kasi mas iniisip ko siya. Iniisip kung bakit bigla siyang nag-iba, na pati ang tadhana ay hindi umayon sa aming dalawa.

Tumayo ako pero nanghihina parin, pinipilit kong maglakad, pero kahit anong gawin ay natutumba parin. Nakakapagod bumangon kasi wala narin namang dahilan pa. Habang sariwa parin sa akin ang ginawa niyang kababuyan, natumba, napahiga at napaiyak na lang ako sa sala.

Hindi ko namalayan ang oras at nagising na lang ako ng tanghali na, nakakapanlambot ng sistema kapag naaalala ko siya. Pinilit ko ulit bumangon at lumaban, pero kada yapak ay parang may pakong pumipigil sa aking mga paa. Gusto kong sumigaw at hintayin kung sino yung magliligtas sa akin, gusto kong hilain niya ako kasi hindi ko na kaya.

Nakakapanghina, hindi ko alam kung dahil sa gutom o dahil sa alaala. Nakakapanlumo dahil mula ng umalis siya ay naiwan na naman akong nag-iisa at lumuluha.

Wala namang bagong nangyayari sa buhay ko, tulad ng kahapon tulala na naman ako sa kawalan, isang buwan na rin akong hindi nasisikatan ng araw. Isang buwan na puno ng paghihinagpis at paghihinayang.

Bigla kong nakita yung kahon, binuksan ko siya at nakita ang mga larawan namin nung mga panahong masaya pa kaming dalawa. Yung puro saya kapag magkasama, nahalungkat ko pa nga itong unang larawan namin bilang magkasintahan.

"Babe, halika rito, nakikita mo ba yang bahay?" Masayang tanong niya sa akin.

"Syempre naman, hindi ako bulag." Tugon ko sa kaniya atsaka ngumiti kami parehas sa isa't-isa habang nakatitig sa bahay na nasa harap namin parehas.

"Kapag graduate ko at nakapagtrabaho na ako, diyan tayo titira at gagawa ng pamilya."

Napangiti ako, kung alam niya lang gaano ako natutuwa na kasama ako sa plano niya sa hinaharap, gusto kong lumundag.

"Aba dapat lang, baka ikamatay mo kapag nawala ako." Pagkatapos kong sabihin iyon ay tumawa kami parehas atsaka nagyakapan. Iniangat ko ang ulo ko para magtugma ang aming mata, hinalikan niya ako sa ulo at ngumiti kami sa isa't-isa.

"Babe, picture tayo dito, tayo ka diyan at iseset-up ko lang ang camera." Pagkatapos mong ilagay ang camera ay tumakbo ka agad sa tabi ko, muntikan ka pang matumba pero agad siyang nakakapit sa kamay ko, kaya and ending, hindi maayos ang kuha namin. Pero mukha kaming masaya, kasi parehas kaming nakatawa. Kaya lang, hindi ko alam saan ba ako nagkulang, hindi ko rin alam kung ako ba iyong mali o sadyang hindi ako ang tama para sa kaniya. Tanging pagiyak na lang

ang naiisip kong paraan para maibsan ang kalungkutan. Sa apat na silid ng kwarto na ito, lahat ng larawan niya ay nakapaskil rito.

Nakatatak parin sa isip ko, yung pangyayaring yumanig ng mundo ko. Yung pangyayaring hindi ko inakalang gagawin niya.

"Love asan ka? Reply ka naman, alalang-alala na ako sa iyo." Chat ko sa kaniya dahil mula umaga nung nagpaalam siyang may reunion sila nila Kevin, hindi na siya muling nag-chat or sumagot sa mga tawag ko.

Sa totoo lang, ang daming bumabagabag sa isip ko, kesyo may nangyari sa kaniya. Nalasing ba siya, kung may kasama ba silang babae bukod sa kanilang magtrotropa. Sobra yung takot at kaba na nararamdaman ko nung araw na iyon. Hindi ako mapakali kaya nagpasya ako na pumunta sa lugar na pinuntahan nila.

Malayo-layo rin ang byinahe ko para mapuntahan siya at makita mismo kung anong kalagayan niya na. Halos mahilo na ako sa gutom at puyat para lang mapuntahan siya, hindi dahil sa wala akong tiwala. Naisip ko lang baka nagkaproblema tapos kailanganin niya ako pero hindi niya ako matawagan dahil nasira o kaya nama'y nawalan ng signal ang cellphone niya.

Nakarating naman ako ng ligtas sa loob ng tatlong oras na biyahe papunta sa Baguio. Tinungo ko yung resort na sinabi ni Kevin na pupuntahan niyo para magliwaliw. Marami namang tao at natanaw ko sila Kevin at Charlie na nag-uusap sa tabi ng pool. Pumunta ako sa likod nila para gulatin sila. Pero hindi ko alam na ako pala ang magugulat sa pinag-uusapan nila.

"Bro, kawawa naman si Luna, hindi natin dapat pinagtatakpan yung kalokohan ni Timothy."

"Nandiyan na yan bro, gusto mo bang ilaglag rin tayo ni Tim sa mga girlfriend natin? Hindi rin naman tayo matinong boyfriend para magsalita ka ng ganiyan."

"Wala na kami ni Cindy dahil umamin ako sa kaniya, nakakakonsensiya kasi lalo na nung umiyak siya."

"Ngayon ka pa nakonsensiya kung kailan wala na kayo?!" Malamig kong sabi sa kanila, na siya namang ikinagulat nila. Ramdam ko yung galit na namumuo sa loob ng katawan ko, pero kumalma ako para mismong malaman kung totoo ba yung hinala ko.

Tatanungin ko sana ulit sila kung totoo ba yung mga pinagsasasabi nila, o baka biro lang nila ito, na prank lang nila kasi nakita nila ako kanina. Pero hindi, totoo yung sinasabi nila, at napatunayan ko ng lumabas siya sa isang kwarto, habang nakaakbay sa braso ng babaeng hindi ko kilala kung sino.

Hindi ko napigilan ang pagtulo ng luha ko, biglang nanikip ang puso ko sa sobrang sakit. Nagtama pa yung mata namin, bago siya malamig na umiwas ng tingin sa akin. Sa sobrang sakit, napatakbo na lang ako habang humihikbi.

Kaya hanggang ngayon ay tanda ko pa, yung gabing ako ay alalang-alala. Tawag ako ng tawag pero hindi niya sinasagot.

Tanda ko parin, yung pangako namin sa isa't-isa, yung pangakong kasama ang isa't-isang tatanda. Pero, ayun pangakong napako na lang bigla.

Tanda ko parin, yung pagtitiis at paghihintay namin sa isa't-isa, na halos araw-araw nagpapalipas kami ng gutom magkasabay lang kumain sa kantina.
Tanda ko parin, yung salitang sinasabi niya bago kami pumunta sa kaniya-kaniyang bahay naming dalawa. Ayun sa iba niya na sinasabi ang katagang "Araw-araw mahal kita"
Tanda ko parin, na kada umaga naghihintayan kami sa labas ng paaralan para magkasamang pumasok bago tuluyang maghiwalay ng silid-aralan. Ayun, yung babaeng iyon na hinihintay niya at paniguradong hawak niya na ang kamay niya.
At tanda ko parin, yung patak ng luha ko, na siya ang pumunas ng iwan ako ng dating kasintahan ko, Ayun, ginawa niya rin sa akin, pero wala nga lang pumupunas na.
Hindi ko alam paano bumangon at ipagdiwang yung panibagong taon ng buhay ko kasi babalik lang sa araw kung paano niya ako niloko. Nakakapanghina, nakakapanghina na init lang ng kalamnan ang sisira sa tatlong taon naming relasyon. Sa tatlong taon na pilit kong nilaban at iningatan, nasira lang dahil gusto niya palang makipaglaro ng apoy at makipagbahay-bahayan.
Tandang tanda ko pa, kung paano niya ako hinayaang bigkasin ang salitang maghiwalay na lang tayo, ng hindi man lang ako pinipigilan. Hindi ko na alam ang gagawin ko, ikaw yung naging lakas ko na siya ring kahinaan ko. Hindi ko alam paano ulit sumaya, kasi wala na rin namang nagpapaligaya.

Rebound

Uumpisahan ko sa araw kung saan una tayong naging magkakilala. Nasa baitang 9 tayo nung nakilala natin ang isa't-isa dahil sa mga tropa. Oo, nagulat ako nung una, pero hindi ko akalain na mahuhulog ako sa iyo ng sobra.

Naalala ko pa nga noon, tuwing recess at lunch, kapag nagkakasalubong tayo ay nginingitian mo ako ng matamis at aaminin ko ako ay kinikilig. Magkatapat lang ang classroom natin noon kaya kapag uwian ay hinihintay mo ako sa may pintuan.

Kaya naman kahit ako ang cleaner ay abot tenga ang ngiti ko kasi alam kong may gwapong naghihintay sa paglabas ko. Tatlong buwan mo akong niligawan bago ko ibigay ang matamis kong oo sayo. Tanda ko pa nga ang mga ngiti mo na laging nagpapasigla ng araw ko.

Pero isang taon na ang nakalipas nun, dahil ngayon ay hiwalay na tayo.

Dati inaasar nila tayo para sa isa't-isa, pero sa tuwing nakikita kita gusto ko na lang mapag-isa. Kapag nagkakasalubong tayo sa paaralan, milyon-milyong karayom ang nakaturok sa aking puso at ang sakit sa pakiramdam. Yung lagi na lang bumabalik sa nakaraan, iyong panahon na hinihintay natin ang isa't-isa sa baba ng hagdan. Inaabangan ang isa't-isa bago pumasok sa paaralan, tuwing nakikita kita, nasasaktan lang ulit ako sinta.

Pero naalala ko pa nung araw na bumalik ka pagkatapos ng laban mo sa ibang distrito, at bilang atleta ambilis mong tumakbo kaya siguro naiwan ako. Nung umuwi ka alam kong pagod ka pero nagpumilit akong makita ka, kasi miss na kita.

Tumawag pa ako sayo at nag-text, pero malamig na tono at salita lang ang natanggap ko mula sayo. Naisip ko noon, hindi ba dapat mas naging sweet ka dahil miss mo rin ako, pero iba naging pakikitungo mo at nakakapanibago.

Pero hinayaan na lang muna kita dahil nga sabi mo pagod ka. Nangulila ako sayo nung mga panahon na iyon at gustong-gusto na kita makita, kaya inaya ko ang mga tropa na bisitahin ka. Pumayag ka naman kaya ako ay tuwang-tuwa.

Kinabukasan nga at ako ay abalang-abala sa susuotin, nag-dress pa ako kahit sa bahay niyo lang ang punta ko. Nung nakarating na ako, ang tahimik at ang tamlay mo. Hindi mo rin ako kinakausap gaano, at tutok ka lang sa cellphone mo naglalaro ng kung ano.

"Kasama ko sila Mae at Josh, pupunta rin sila. Nagchat sila sa akin, malapit na sila." Pagbubukas ko ng topic para sayo. Pero ikaw? Ayun halatang hindi interesado na makinig sa boses ko. Tumango ka lang sa sinabi ko kaya hinayaan na lang kita at hinintay sila Mae, baka kasi nahihiya ka lang sa sasabihin at iisipin ng mga kapit-bahay niyo.

Ilang minuto rin ang lumipas ng dumating na rin ang magjowa, nakakainggit kasi ang tamis nila sa isa't-isa.

Hindi ko maiwasan na mapatingin sa kamay nila na hawak-hawak ang bawat isa. Binati nila tayo ng masaya habang magkatabing nagkwekwentuhan sa sala.

Napansin rin ni Mae ang kakaibang kilos mo dahil sa malayo ka sa tabi ko. Pero nagdahilan na lang ako, dahil sa talas ng utak nito, malamang magtatanong ito pati sayo. Tanghali na rin ng dumating si Ali pero ang tahimik mo parin.

Hinihintay ka namin na magsalita kasi nga nasa bahay mo kami, hinihintay na mag-open topic ka kahit manlang tungkol sa laro. Pero maya-maya ay tumayo ka na ikinatuwa ko dahil akala ko tatabihan mo na ako, kaso mali ako dahil maghahain ka lang pala ng pagkain at plato.

Nagsimula na tayong kumain at ngayon ay tabi na tayo.

"Thank you" rinig kong sabi ni Mae kay Josh ng ipagsandok siya nito ng kanin at ulam. Nainggit ako, nainggit ako kasi nakita mo rin yun pero ipinagsawalang-bahala mo lang. Hindi sa nagrereklamo, pero sa simpleng bagay na iyon ay alam mong mapapangiti mo na ako agad.

Hanggang matapos ang tanghalian ay matamlay ka, naiinis na ako sa isip ko pero alam kong kasalanan ko, hindi na sana ako pumunta kung ganito lang rin pala. Ganitong hindi ka sa akin masaya.

Habang masaya yung dalawa sa gilid na nanonood at naglalaro na parang sila lang ang tao sa mundo, hindi ko maiwasang isipin kung bakit hindi tayo ganito.

Kaya kinausap ko na lang si Ali tutal wala rin lang naman siyang katabi.

Hanggang uwian ay matamlay ka, alas-singko na ng hapon pero limitado lang ang galaw at salita mo kaya iniisip ko na lang na baka pagod ka talaga. Kaya ngumiti na lang ako para maitago ang pagbadya ng luha ko. Nagpaalam ako sayong uuwi na kami pero hindi mo man lang ako hinatid kahit sa kanto.

Lumipas ang ilang araw na nagkaayos na tayo, masigla ka na at tulad na tayo ng dati. Masaya ako nung mga araw na iyon na tumulo pa ang luha ko habang yakap mo. Monthsarry rin natin kinabukasan kaya baka unang pasurpresa ito, at oo, sinurpresa mo nga ako. Niregaluhan mo ako ng kwintas na sobrang ganda, at sobrang saya ko nung araw na iyon. Pati ang puso ko ay lumulundag sa tuwa.

Magtatapos na tayo sa baitang 10 at nabalitaan kong lilipat dito yung dating nobya mo para mag-aral sa baitang 11. Sabi mo pa hindi na kayo magkakabalikan kasi may nobyo na rin siya, at ako si shunga naniwala. Doon ko rin nalaman na iyong kwintas na regalo mo ay binili mo pa sa kaniya.

Bago magpasukan tumawag ka, sabi mo ayaw mo na. Nadurog ako kasi alam kong wala naman akong masamang ginawa, hindi tayo nagaway ni tampuhan wala, nagulat na lang ako nakikipaghiwalay ka na.

Hindi ko matanggap, isip ako ng isip kung bakit, bakit? Anong dahilan ng hiwalayan? Sa mga tropa natawag ako tinatanong kung anong naging pagkukulang ko.

Hirap na hirap ako makatulog, hindi ko parin matanggap kasi walang klarong dahilan, hindi kita mapuntahan dahil hindi rin naman nila ako papayagan. Hanggang sa nagpasukan na nga, nakita kita mukha kang masaya, napamura na lang ako sa isip ko kasi ang tan*a ko para malugmok sayo habang ikaw tuwang-tuwa.

Dumaan yung dating kasintahan mo, ngumiti kayo sa isa't-isa, para akong naulanan ng matatalim na espada sa sakit na aking nakita. Lahat bumalik sa alaala ko yung mga panahong tinanong kita

"Kamustang ex si Anne?"

"Maalaga atsaka mabait, kapag pawis ako sa training namin tatakbo yun agad para punasan pawis ko." Nakangiti ka pa habang inaalala ang nakaraan niyo, mukhang mahal na mahal mo siya.

"Eh bakit kayo naghiwalay."

"Bata pa kasi kami, bawal pa." Pagkatapos mong sabihin iyon ay tumayo ka na at nagyayang kumain.

Grabe para akong damit na pamalit lang sa nawala mong favourite shirt, napakasakit mahal, binuo pala kita pero dinurog mo lang ako. Hanggang sa napatunayan ko nga na rebound mo lang ako, kasi nabalitaan kong nagkabalikan kayo at yung mga ayaw mong gawin kasama ako, ayun ginagawa mo kasama siya. Sa kaniya ka lang nagpapakuha ng litrato, sa kaniya ka masigla kasi iba ang ngiti mo at sa kaniya mo nahanap yung saya na hindi mo sa akin nakita.

Masakit parin tanggapin kasi isang taon mo pa pinatagal kung pwede namang hindi na lang. Itatapon ko na yung kwintas, kasi parang hindi naman para sa akin nakalaan.

Third wheel

"Sonya, bumangon ka na at may pasok ka pa!" Rinig kong sigaw ni mama mula sa ibaba.
Bumangon na ako at nagligpit ng pinaghigaan ko, pagkatapos kong gawin ang mga iyon ay bumaba na ako para mag-almusal. Nakakatamad man ay kailangan kong pumasok dahil panigurado ay sesermonan na naman ako nila mama at papa.
Matapos kumain ay gumayak na ako sa pagligo, sobrang lamig ng tubig na parang kagaya ng kakilala ko.
Nagbihis na ako at naghandang pumasok na sa paaralan, hindi rin naman nagtagal at nakarating na agad ako.
"Pasok na po ako pa." Paalam ko kay papa bago tuluyang pumasok sa eskwelahan.
"Hi Sonya!"
"Hello Cara," matamlay kong bati sa kaniya dahil medyo antok pa ako at tinatamad.
Pumasok na kami parehas sa silid-aralan at magkatabing umupo, hindi kami mapaghihiwalay at ayaw ko rin naman. Kung ako ang ulan siya ang araw, kaya kailangan nandiyan siya para magpasigla sa akin at sa iba.

"Cara, pwede ba akong paturo nito?" Tanong ni Jake na manhid, oo, siya yung cold na kilala ko. Hindi siya nalapit sa taong hindi magaling sa academics, focus lang rin siya sa pag-aaral at never pang lumingon sa iba bukod sa libro, sa guro at kay Cara.

Matalino si Cara at masayahin, siya yung tipo ng tao na iisipin mong perfect. Pero hindi ako nakaramdam ng inggit sa kaniya, siguro dahil magkaibigan naman kami. Pero selos, oo, selos na selos ako sa tuwing nilalapitan siya ni Jake, kaso hindi ko magawang magalit kay Cara dahil sobrang bait niya.

Habang nag-uusap sila sa tabi ko, naglagay na lang ako ng earphone sa tenga at nakinig ng kanta.

"Good morning everyone, I hope you did review today. We will be having a quiz." Sabi ng guro namin sa Science, ako na hindi nag-review ay kumuha nalang ng papel.

Matapos ang quiz namin na parang exam na sa sobrang dami, ay tumunog narin ang bell. Dumiretso na kami ni Cara sa canteen pero tinawag siya ni Jake, nakangiti siya kay Cara habang hinahawi ang buhok nito na dumikit sa labi.

Natulala na lang ako ng inaya niya kaming kumain na kasama siya. Hindi ako makapaniwala na sa tinagal-tagal ng pagkagusto ko sa kaniya ay ngayon niya lang ako napansin. At dahil sa tuwa ay tumalon ako at tumakbo papunta kay Cara.

Bumili na kami ng aming kakainin at umupo malapit sa may stall ng fishball at kwek-kwek. Natuwa ako sa nakita ko dahil hindi ko akalaing nakain siya ng mga tusok-tusok. At mas lalo kong ikinatuwa nung tabihan niya ako.

Hindi siya ganun kadaldal at laging si Cara lang ang nagsisimula ng usapan, nagpapasalamat ako kay Cara dahil sa katalinuhan niya at kabaitan ay nabigyan ako ng ganitong pagkakataon.

Natapos na kaming kumain at dumiretso na sa aming silid-aralan.

"Cara! Pwedeng palit muna tayo ng upuan?"

"Oo naman, hindi ko rin kasi makita yung blackboard dahil sa sinag ng araw. Hindi ka rin lang naman nagsusulat."

Napatulala at napanganga na lang ako sa sinabi ni Jake, kinikilig ako at ayaw kong ipahalata, kaya naman ay kinalma ko ang sarili ko at umupo narin. Buong klase ay nakatitig lang ako sa harap, kasi kapag lumingon ako baka hindi ko kayanin ang kilig at mahimatay ako bigla.

Hanggang sa nag-uwian na nga at tumayo na kaming parehas. At syempre kinikilig parin ako. Lalo na nung nginitian mo ako.

Nang makauwi ako sa bahay ay agad akong dumiretso sa kwarto, binagsak ko ang bag ko sa sahig at tumakbo papunta sa kama. Tumalon-talon ako sa saya hanggang sa mapagod ako. Buong gabi ay nakangiti ako, hanggang sa natanggap ko ang mensahe mo.

Nung mabasa ko ang laman ng text ay nanlamig ako, lahat ng kilig ay naglaho.

"Hi Sonya, pwede ba malaman kung anong paboritong pagkain ni Cara? Itatanong ko sana sayo kanina kaso, focus ka kay ma'am kanina."

Ang corny diba? Akala ko napansin niya na ako, gagawin lang pala akong tulay sa pag-iibigan nilang pareho. At dahil ayaw ko ng malaman niya pa na gusto ko siya, kahit masakit ay nireplyan ko parin siya ng gustong pagkain ni Cara.
"Mahilig siya sa adobo at sinigang."
"Ganun ba? Sige ipagluluto ko siya bukas, bibigyan rin kita bukas pa-thank you narin."
"Hindi na okay lang, baka hindi ako pumasok bukas."
"Sige, mukha ngang matamlay ka kanina. Pahinga ka na at salamat ulit."
Napahiga na lang ako sa kama habang tumutulo ang luha, alam kong wala akong karapatan pero masakit talaga. Sa loob ng tatlong taon, siya lang ang lalaking hinahangaan ko. Sa loob ng tatlong taon, siya lang ang pinili ko. At sa loob ng tatlong taon, si Jake lang ang tinitibok ng pusong ito.
Kinabukasan ay nagising na lang ako, agad kong binuksan ang cellphone ko at nabasa ang Good morning ni Jake sa akin. Oo, aaminin ko natuwa ako ng bahagya, pero nung binasa ko ulit yung sumunod na mensahe ay napangiwi na lang ako bigla.
"Sonya, kami na pala ni Cara, last week pa. Kaya ako nagtanong kung anong ulam na gusto niya kasi nahihiya pa akong magtanong ng personal na bagay sa kaniya. Sana okay ka na para hindi awkward na kami lang dalawa. Get well soon and take care."
Nakakaloko diba? Nabitawan ko na lang ang cellphone at tumama ito sa aking mukha. Pero hindi ko ininda yung sakit kasi mas makirot yung hindi ikaw yung pinili.

Nung sumunod na araw ay pumasok na ako, at oo, nakita ko sila nag-uusap sa pintuan. Maganda ang ngiti niya at maaliwalas, kumpara nung tatlong taon na lagi ko siyang tinititigan. Mukhang si Cara nga talaga ang sunshine nila, mula nung lumipat si Cara sa paaralan namin ay naging maaliwalas ang paligid namin.

Napangiti na lang ako ng peke nung nilingon nila ako, hindi ako galit kay Cara dahil hindi niya naman alam na gusto ko si Jake. At alam ko rin namang magiging masaya si Jake kay Cara, kaya itong pusong to? Wala na, hindi na mahalaga pa. Ayoko narin naman malaman pa nila, kasi wala namang mag-iiba.

Kapatid

"Melody, gusto kita. Dati pa." Ang sabi mo sa akin, habang nakatitig sa aking mga mata. Napangiti ako at yumakap ng mahigpit sayo. Noon palang gusto narin kita Jarred, kaya lang gusto ka ni ate kay dumistansiya ako sayo.

"Patawad, pero hindi kita pwedeng ibigin, mahal ka ni ate at ayoko siyang masaktan ng dahil sa akin."

Oo, sa pangalawang pagkakataon, ako yung lalayo muli. Masakit pero pipiliin kong magparaya, dahil sobrang sama ko na kung pati nag-iisang kasiyahan niya ay aagawin ko pa.

Iniwan ko si Jarred nung araw na iyon na tulala sa garden nila, habang ako ay naglalakad na natulo ang mga luha ay nabunggo ko siya. Si Ivan, siya yung boyfriend ko ngayon ng apat na taon. Maalaga siya at mabait, kaya lang konti lang ang alam ko tungkol sa pamilya niya.

Nasa wastong edad naman na kami, pero hindi pa niya ako pinapakilala sa pamilya niya mula ng maging magkasintahan kami. Hindi naman ako nagduda dahil lagi niyang pinaparamdam na mahal niya ako araw-araw. Dahil kay Ivan ay natutunan kong limutin si Jarred, at alam ko rin naman na magkasama na sila ni ate at nagplaplanong magpakasal na.

Sa totoo lang ay nakaramdam ako ng kirot nung una, pero hindi ko maipaliwanag kung bakit, siguro may konti parin akong nararamdaman sa kaniya.

Pero mahal ko si Ivan at segurado ako roon. Naghanda na ako para sa muli naming pagkikita dahil ipapakilala na ni ate Maya si Jarred kay nila mama at papa, bilang fiance niya. Pero kinakabahan ako dahil hindi ko kasama si Ivan, hindi ko alam kung paano harapin si Jarred bilang magiging asawa ng kapatid ko. Pakiramdam ko, rurupok ako kapag nakita ko siyang masaya, kahit alam kong kasalanan ko naman talaga.

"Congratulations ate, mukhang masayang-masaya ka ah."

"Syempre naman bunso, ang gwapo kaya ng magiging kuya mo."

"Huh?! Mas pogi pa yung bebe ko noh!"

Pagyayabang ko kay ate habang nakangiti ng peke, hindi ko alam kung dahil sa nasasaktan o dahil nakakailang lang na pag-usapan siya. Niyakap ko si ate nung araw na iyon bago kami sumakay ng kotse papunta sa restaurant.

Ng makarating kami ay punong-puno ako ng kaba, nakita ko agad ang anino niya. Nakaupo siya habang naghihintay sa aming pagdating. Pumasok narin naman kami at binati ang pamilya nila, nginitian ko si Jarred at ganun rin naman siya.

"Babe?!" Rinig kong sabi ng isang pamilyar na boses sa likuran ko. Kaya naman ay nilingon namin siya. Nagulat na lang ako ng makita si Ivan na naka-tuxedo habang nakatitig sa akin.

"Oh he is my second son, Ivan. Ivan, meet your brother's fiance and family."

Tumayo naman kaming lahat sa sinabi ng mama nila ni Jarred, pero si Jarred ay tulala habang nakatitig sa akin. At dahil sa nailang ako, ay nag-iwas ako ng tingin at hinugot ang kamay ni Ivan na ngayon ay nakatayo parin.

"Mom, dad, Maya's sister and I are dating. And it has been 4 years since we did."

Nagulat ako sa ginawa niya at napangiti na lang ng pilit sa magulang nila. Pero mas ikinagulat ko ng walang pinakitang reaksyon ang magulang nila Ivan, tanging si Jarred lang ang nakakunot ang noo.

"We already knew, the way you go out happily outside the house, and the way you stare at your phone. We know something was going on." Pagbasag ng mama nila Ivan sa katahimikan. Narinig ko namang natawa ng bahagya ang ama nila at sinabing.

"We know dahil ganiyan rin ako sa mama mo noon, I'm crazy in love with her just like you were with Melody."

Aaminin ko napangiti ako, dahil alam kong mahal na mahal niya ako. Siya lang yung taong nakilala ko na sobrang sincere sa akin, na kahit araw-araw ay may pabulaklak, hatid at sundo sa trabaho. Hindi siya pumapalya na pasayahin ako.

"I need to go to bathroom." Seryosong sambit ni Jarred at alam kong galit siya dahil iba yung tono ng pananalita niya. Kaso ewan ko, hindi ko napigilan ang sarili kong sumunod.

"Ma, CR lang rin ako."

Agad akong nagtungo sa banyo at nakita siya.

"Masaya ba? Na paglaruan ako pati si Ivan?"

"Anong ibig mong sabihin? Mahal ko si Ivan, at hindi ko alam na kapatid mo siya."

"So kung nalaman mo? May magbabago ba? Iiwan mo lang rin si Ivan kagaya ng ginawa mo sa akin, kaya bakit papatagalin mo pa?"

"Kung tungkol ito noon, matagal na iyon. Limang taon na yung lumipas Jarred, kalimutan mo na iyon. Mali nakalimutan mo na pala dahil ikakasal ka na nga kay ate diba?"

"Sa tingin mo gusto kong ikasal sa ate mo? Tinutupad ko lang yung hiling mo Melody! Dahil kapag hinabol kita at nasaktan ko ang ate mo, alam kong wala ka ng mukhang iharap sa kanila. At mas lalo kitang masasaktan, dahil patuloy lang tayong tatakbo sa kawalan dahil sa letcheng utang na loob mong iyan!"

"So kasalanan ko na pinili mong magpakasa--"

"Oo! Mahal kita, sinabi ko sayo na mahal kita! Pero anong ginawa mo? Lumandi ka sa iba! At sa kapatid ko pa!"

Nagulantang ako sa sinabi niya kaya nasampal ko siya, hindi ko akalain na iyon pala ang tumatakbo sa isip niya ng malaman niyang pinili ko ang kapatid niya.

"Anong ibig sabihin nito Melody?"

Napalingon na lang ako sa pinanggalingan ng boses. Nakita ko si Ivan at ate na naguguluhan sa pinagsasasabi namin.

"So, all this time? Mahal mo si Melody? Ha! Jarred sumagot ka!" Napapaluha ako sa nakikita ko, umiiyak si ate ng dahil sa akin. Hindi sa utang na loob ang dahilan kung bakit ayaw ko siyang masaktan. Bagkus, sa sakit niya sa puso, at ayaw ko siyang mawala ng ako ang dahilan.

"Patawad Maya, hindi ko gustong saktan ka, sinubukan kong mahalin ka. Pero kada titingin ako sayo, si Melody lang ang nakikita ko."

"Hayop ka! Minahal kita! Higit pa sa sobra, pero ga*o ka!" Pagkatapos sabihin iyon ni ate ay itinapon niya ang sing-sing at dali-daling nilisan ang restaurant.

Hahabulin ko sana siya pero bigla siyang nahimatay. Halos lumabas ang puso ko sa kaba nung araw na iyon, at grabe ang pighati at pagsisisi ko noon. Naghiwalay kami ni Ivan at lumayo ako ng tinitirahan, wala akong mukhang ihaharap sa kanila.

Dahil maging sila mama at papa, ako ang sinisisi sa hiwalayan nila. Alam kong mali ko, pero pakiramdam ko mas mali si kupido. Gusto ko lang naman mahalin at magmahal, pero maling tadhana pa ang aking napuntahan.

www.ingramcontent.com/pod-product-compliance
Lightning Source LLC
LaVergne TN
LVHW041552070526
838199LV00046B/1920